cầu vồng trẻ

MÀU SẮC CỦA MÈO

Giới thiệu màu sắc cho tâm trí trẻ

bởi Rainbow Roy

bản quyền hình ảnh Thomasine Media 2024
được cấp phép và thuộc về chủ sở hữu tương ứng của chúng
www.thomasinemedia.com
ISBN: 979-8-8690-8733-1

cầu vồng trẻ
MÀU SẮC
CỦA MÈO
Giới thiệu màu sắc cho tâm trí trẻ
RAINBOW ROY

Cầu vồng tràn
ngập đủ loại
màu sắc.

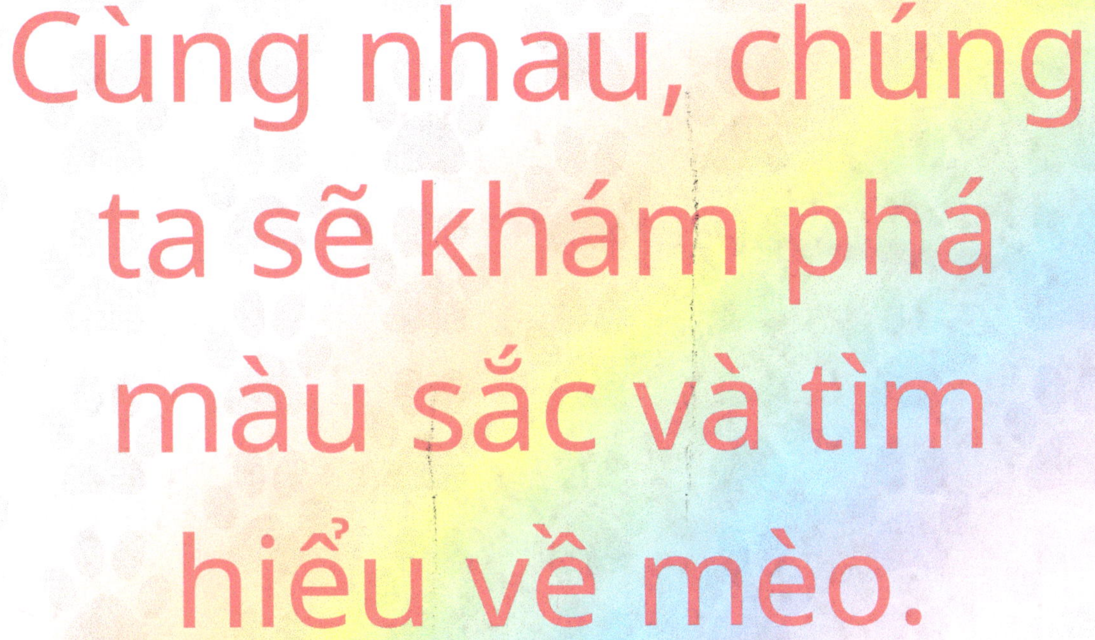
Cùng nhau, chúng ta sẽ khám phá màu sắc và tìm hiểu về mèo.

MÀU ĐỎ

Màu đỏ,
giống mèo
Abyssinian.

quả cam

Màu cam, giống
như một con
mèo mướp.

màu vàng

Màu vàng, giống
như mèo Xiêm.

màu xanh lá

Màu xanh lục, giống như mắt của mèo Mau Ai Cập.

màu xanh
da trời

Màu xanh, giống
như một con mèo
xanh Nga.

xanh đậm

Indigo, giống như đồ chơi mèo này.

màu tím

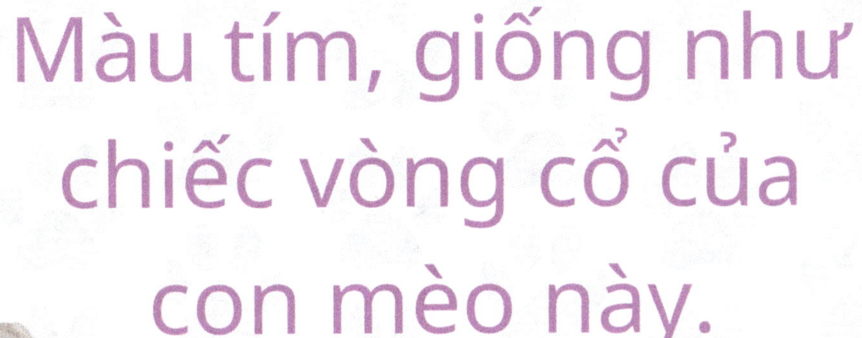

Màu tím, giống như
chiếc vòng cổ của
con mèo này.

Bây giờ, chúng ta hãy xem xét một số màu khác, bên ngoài cầu vồng!

HỒNG

Màu hồng, giống
mèo Sphynx.

MÀU NÂU

Màu nâu, giống mèo Bengal.

trắng

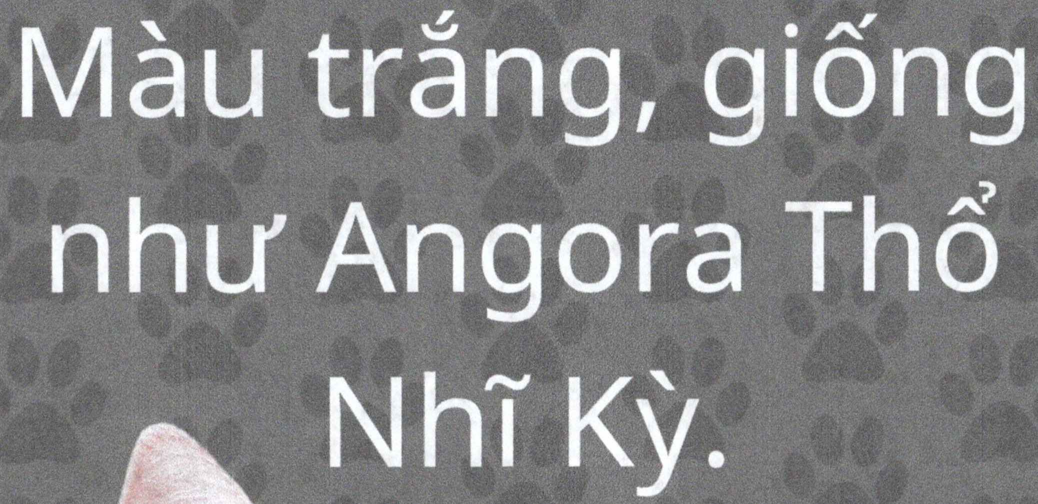
Màu trắng, giống như Angora Thổ Nhĩ Kỳ.

đen

Màu đen, giống
mèo Bombay.

xám

Màu xám, giống
mèo Anh lông
ngắn.

Bây giờ, hãy
xem bạn đã
học được
những gì!

Con mèo này
có màu gì?

Con mèo này có màu cam và trắng.

Con mèo này có màu gì?

Con mèo này
có màu xám.

Đôi mắt của con mèo này có màu gì?

Mắt anh ấy có màu vàng.

Bạn thật thông minh!
Hãy luôn học hỏi và
không bao giờ quên
niềm yêu thích học tập
của mình.